I LOVE TO KEEP MY ROOM CLEAN
GUSTO KONG PANATILIHING MALINIS ANG AKING KUWARTO

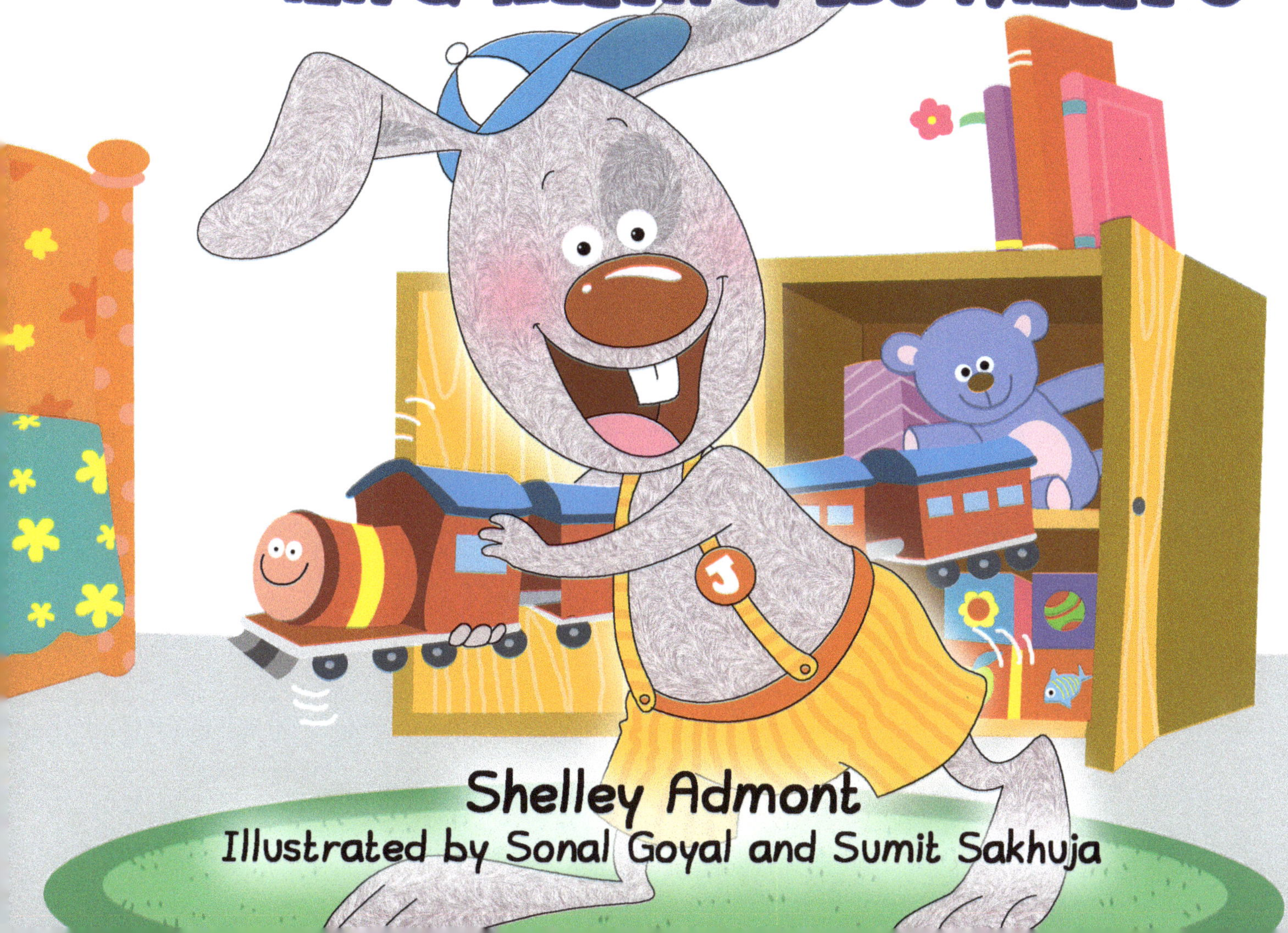

Shelley Admont
Illustrated by Sonal Goyal and Sumit Sakhuja

www.kidkiddos.com
Copyright©2014 by S.A.Publishing ©2017 by KidKiddos Books Ltd.
support@kidkiddos.com

All rights reserved. No part of this book may be reproduced in any form or by any electronic or mechanical means, including information storage and retrieval systems, without written permission from the publisher or author, except in the case of a reviewer, who may quote brief passages embodied in critical articles or in a review.
Lahat ng karapatan ay nakalaan.
Second edition, 2019

Translated from English by Ma Aurora Sicat
Isinalin mula sa Ingles ni Ma. Aurora L. Sicat
Tagalog editing by Melissa San Pedro

Library and Archives Canada Cataloguing in Publication
I Love to Keep My Room Clean (Tagalog Bilingual Edition)/ Shelley Admont
ISBN: 978-1-5259-1860-5 paperback
ISBN: 978-1-77268-453-7 hardcover
ISBN: 978-1-77268-293-9 eBook

Please note that the Tagalog and English versions of the story have been written to be as close as possible. However, in some cases they differ in order to accommodate nuances and fluidity of each language.

For those I love the most-S.A.
Para sa mga pinakamamahal ko-S.A.

It was a sunny Saturday morning in a faraway forest. Three bunny brothers had just woken up, when their Mom entered the room.

Isang sabado ng umaga, sa isang malayong kagubatan, kagigising lang ng tatlong kuneho nang pumasok ang kanilang nanay.

"Good morning, boys," Mom said. "I heard you moving around in here."

"Magandang umaga, mga bata," bati ni Nanay. "Narinig ko ang kaluskos ninyo dito."

"Today is Saturday, we can sleep as late as we want," said the middle brother with a smile.

"Sabado ngayon, maaari kaming matulog nang anumang oras," ngiti ng pangalawang kuya.

"You can stay in your beds for a while," Mom said, "but I'll have to leave. I need to visit your Granny today. You'll stay with Daddy until I come back."

"Maaari kayong manatili sa inyong kama sandali," sabi ni Nanay, "subalit kailangan kong umalis. Kailangan kong bisitahin ang inyong Lola ngayon. Makakasama ninyo ang inyong Tatay hanggang sa pagbalik ko."

"When you get out of your beds and brush your teeth, you'll have your breakfast," Mom added. "After that, you can read books or play with your toys," Mom continued. Or, you can go outside and ride your bicycles."

Pagtayo ninyo mula sa higaan at pagkatapos ninyong magsipilyo, kakain kayo ng almusal," dagdag ni Nanay. "Pagkaraan, maaari na kayong magbasa ng libro o maglaro ng inyong laruan," pagpapatuloy ni Nanay. "O maaari kayong lumabas para magbisikleta."

"Hooray!" The bunny brothers started to jump on their beds happily.

"Yehey!" Nagtatalon-talon nang masigla sa kanilang higaan ang magkakapatid na kuneho.

"But..." said Mom, "you are responsible for cleaning your room."

"Subalit..." paalala ni Nanay, "dapat ninyong linisin ang inyong kuwarto."

"When I come back, I want to see this house clean and organized, exactly as it is now. Can you do this?"

"Pagbalik ko, gusto kong makitang malinis at maayos ang bahay gaya nang iniwan ko. Magagawa ba ninyo ito?"

"Sure, Mom," answered the oldest brother proudly. "We are big enough and we can be responsible."

"Oo naman, Nanay," pagmamalaki ng panganay na kapatid. "Malalaki na kami at maasahan ninyo kami."

After they brushed their teeth, Dad served a delicious breakfast and an even more delicious dessert. Then the fun began!

Pagkaraan nilang magsipilyo ng ngipin, naghanda si Tatay ng masarap na almusal at mas masarap pa na panghimagas. Nagsimula na ang kasiyahan!

The bunnies started by putting together their puzzle. Then they continued to their wooden building blocks. Next they played together with the rail trail.

Nagsimulang buuin ng mga kuneho ang puzzle. Pagkaraan, ipinagpatong-patong nila ang kanilang mga blokeng yari sa kahoy. Sumunod, binuhay nila ang tren at sabay-sabay nilang pinaandar sa riles na laruan.

"This railway train is my favorite," said Jimmy as he flipped the on switch.

"Itong tren sa riles ang aking paborito," sabi ni Jimmy habang binubuksan niya ang pihitan.

"This is the best present I've got on my last birthday."

"Ito ang pinakamagandang regalo na natanggap ko noong huling kaarawan ko."

After playing inside for hours, the bunnies grew bored.

Pagkaraang maglaro sa loob ng bahay ng ilang oras, nainip ang mga kuneho.

"Let's go play outside!" said the middle brother, looking out the window.

"Maglaro tayo sa labas!" mungkahi ng pangalawang kuya, habang sumisilip sa labas ng bintana.

"Yeah! But we need to clean up here first," said the older brother.

"Tama! Pero kailangan muna nating magligpit dito," sabi ng panganay na kapatid.

"Oh, we have enough time before Mom comes back," answered Jimmy, "we can clean up later." The older brothers agreed and they all went out.

"Naku, mayroon pa tayong oras bago bumalik si Nanay," sabi ni Jimmy, "puwede tayong maglinis mamaya." Sumang-ayon ang dalawang nakatatandang kapatid at sabay silang lumabas ng bahay.

Outside, three bunny brothers enjoyed the sunny weather. They rode their bicycles, played hide and seek. Finally they decided to play basketball.

Sa labas, nalibang ang tatlong magkakapatid na kuneho sa maaraw na panahon. Nagbisikleta sila at naglaro ng taguan. Pagkatapos pinagpasyahan nilang maglaro ng basketball.

"We'll need our basketball," said older brother. "But I don't remember where we put it."

"Kailangan natin ang ating basketball," sabi ng panganay na kapatid. "Subalit hindi ko matandaan kung saan natin ito huling inilagay."

"I think it's under my bed," said Jimmy. "I'll go check." With that, he ran inside the house, hoping to find the ball.

"Palagay ko nasa ilalim ng aking kama," sabi ni Jimmy. "Titingnan ko." Pumasok siya sa loob ng bahay, umaasang makikita niya ang bola.

When he opened the door to their room he was very surprised. The floor was covered with puzzle pieces, building blocks, cars and other toys.

Nang binuksan niya ang pintuan ng kanilang kuwarto, laking gulat niya nang makitang nagkalat ang piraso ng puzzle, blokeng yari sa kahoy, mga trak at iba pang laruan na nakakalat sa sahig.

There are too many things thrown on the floor, thought Jimmy, making his way toward his bed.

Masyadong maraming laruan ang nagkalat sa sahig, naisip ni Jimmy habang papunta siya sa kanyang kama.

Eventually, he stumbled and lost his balance. He was trying to stay upright, but instead fell directly on his favorite train.

Natapilok siya at nawalan ng balanse. Sinubukan niyang tumindig subalit nadaganan niya ang paborito niyang tren.

"Ouch!" he screamed, watching the train's wheels flying in different direction. "Noooo, my train!" Jimmy burst into tears.

"Aray!" sigaw niya habang pinapanood ang gulong ng tren na magkawatak-watak. "Hindi! Ang aking tren!" biglang napaiyak si Jimmy.

"Are you alright, honey?" Dad appeared in the door. He couldn't fit inside the room due to all the mess.

"Okay ka lang ba, anak?" Nakatayo si Tatay sa pintuan. Hindi siya magkasya sa kuwarto dahil sa dami ng kalat.

"I'm OK. But my train..." cried Jimmy, pointing to the train's broken wheels.

"Okay lang ako. Pero ang aking tren ..." iyak ni Jimmy, habang tinuturo ang nasirang gulong ng kanyang tren.

"I can't even see the train," said Dad. "And what exactly happened in this room?"

"Ni hindi ko makita ang tren," sabi ni Tatay. "Ano ba talaga ang nangyari sa kuwartong ito?"

"Jimmy, why's it taking you so long?" The other brothers' voices as they ran into the house.
"Jimmy, bakit ang tagal mo?" Nabosesan niya ang kanyang mga kapatid habang humahangos sila sa bahay.

"My train broke!" Jimmy couldn't stop crying.
"Nasira ang aking tren!" Hindi pa rin tumitigil sa pag-iyak si Jimmy.

"Don't cry, Jimmy," said the oldest brother. "We'll think of something. Dad?"
"Huwag ka nang umiyak, Jimmy," panghihinahon ng panganay na kapatid niya. "Mag-iisip tayo ng paraan. Tatay?"

"Maybe I could fix it," said Dad. "But you need to clean up in here. Bring me the train and the wheels after you find them". With that, Dad went out the room.
"Baka maayos ko pa ito," boluntaryo ni Tatay. "Subalit kailangan ninyong linisin ito. Dalhin mo sa akin ang tren at ang mga gulong nito pag nahanap mo." Pagkaraan, lumabas ng kuwarto si Tatay.

"We need to hurry, before Mom comes back," said the oldest brother.

"Kailangan nating magmadali bago bumalik si Nanay," paalala ng panganay na kapatid.

"Oh, cleaning up is boring," said Jimmy Jimmy sighing and looking around the messy room.

"Pero nakakatamad maglinis," buntong-hininga ni Jimmy habang tinitingnan ang kalat sa kuwarto.

"Let's play a cleaning-up game then," exclaimed his oldest brother.

"Edi maglaro tayo habang naglilinis," suhestiyon ng kanyang pangalawang kuya.

Jimmy became excited. "The storm is coming soon!" he shouted. "We need to help all the toys get back to their houses."

Natuwa si Jimmy. "May paparating na bagyo!" sigaw niya. "Kailangan nating ibalik ang lahat ng laruan sa kanilang kinalalagyan."

"We're superheroes," yelled the middle brother. He picked up toys from the floor and put each one in its proper place.

"Mga superhero tayo," *sigaw ng pangalawa niyang kuya. Pinulot niya ang mga laruan sa sahig at ibinalik sa pinagkuhanan.*

Playing and enjoying, the brothers organized and cleaned everything.

Habang nalilibang sa kanilang ginagawa, naayos at nalinis ng magkakapatid ang lahat ng kalat.

"All wheels are here," exclaimed Jimmy, running to his father with the broken train in his hands.

"Nandito na ang lahat ng gulong," hiyaw ni Jimmy, humangos sa kanyang tatay dala-dala ang nasirang tren at mga gulong nito sa kanyang kamay.

"Here, I found the basketball!" screamed the middle brother with excitement.

"Heto, nakita ko na ang basketball!" masayang balita ng pangalawa niyang kuya.

"Put it in its box and…we are finished," said the oldest brother happily.

"Ilagay mo sa kahon… tapos na tayo," masayang wika ng panganay niyang kapatid.

"It was really fun," said the middle brother, sitting down on his bed, "but it took us a whole hour."

"Napakasaya ng laro natin," sabi ng pangalawang kuya habang umuupo sa kanyang kama, "Subalit isang oras nating natapos."

"No!" yelled Jimmy as he entered the room. "Don't sit there!"
"What? Why?!" asked the middle brother, jumping off the bed.
"Hindi!" sigaw ni Jimmy, nang pumasok siya sa kuwarto. "Huwag kang umupo diyan!"
"Bakit ba?!" tanong ng pangalawa niyang kuya at tumalon mula sa higaan.

"You just made your bed. If you sit on it now, you'd have to make it again," explained Jimmy.
"Katatapos ko lang ligpitin ang hinigaan. Kung uupo ka ulit, kailangan mo itong ayusin muli," paliwanag ni Jimmy.

"Maybe we could read a book now," suggested the older brother, approaching the bookshelf.
"Maaari na siguro tayong magbasa ng libro ngayon," mungkahi ng panganay na kapatid habang papalapit sa istante ng libro.

"Don't touch those books," shouted Jimmy. "I organized them all by color!"
"Huwag mong galawin ang mga librong iyan," hiyaw ni Jimmy. "Inayos kong lahat iyan ayon sa kanilang kulay!"

"Sorry," said the oldest brother. "But what will we do? We can't play with anything."

"*Pasensiya na,*" *sabi ng panganay niyang kapatid. "Pero ano ang gagawin natin? Wala tayong puwedeng paglaruan.*"

They thought for a while and then the oldest brother shouted: "I have an idea!"

Nag-isip sila sandali nang biglang nagkaroon ng ideya ang panganay na kapatid: "Alam ko na!"

"What if we clean up after each game?" he suggested. "Then it won't take so much time to put toys away."

"Ano kaya kung maglinis tayo pagkaraan ng bawat laro?" mungkahi niya. "Sa ganoong paraan, walang gaanong masayang na oras kapag niligpit natin ang mga laruan."

"Let's try," said Jimmy happily.

"Subukan natin," masayang wika ni Jimmy.

First, the oldest brother read a beautiful book with pop-up pictures to his younger brothers. When they finished reading, he put it back on the shelf.

Una, binasa ng panganay na kapatid ang isang magandang libro sa kanyang mas batang mga kapatid. Nang matapos sila, binalik niya iyon sa istante.

Next, they built a large tower out of their colorful blocks. When they were done, they put the blocks back into the box — and the room stayed clean!

Sunod, bumuo sila ng malaking gusali mula sa makukulay nilang bloke. Nang matapos sila, binalik nila ang mga bloke sa kahon – at nanatiling malinis ang kuwarto!

At that moment, Mom and Dad knocked on the door.
Nang sandaling iyon, kumatok sina Nanay at Tatay sa pinto.

"I missed you so much," said Mom, "but I see you managed to keep your room clean. I'm so proud of you."
"Na-miss ko kayo," sabi ni Nanay, "pero napansin kong napanatili ninyong maayos ang inyong kuwarto. Ipinagmamalaki ko kayo."

"And here's your train, Jimmy," said Dad, handing him the toy. The wheels were fixed and Jimmy smiled widely.
"At narito ang tren mo, Jimmy," sabi ni Tatay at inaabot sa kanya ang laruan. Naayos ang mga gulong at tuwang-tuwa si Jimmy.

"Who wants to try cookies that Granny made for you?" asked Mom.
"Sinong may gusto ng mga cookies na ginawa ni Lola para sa inyo?" tanong ni Mommy.

"Me!" shouted the bunny brothers and their Dad.
"Ako!" sabay-sabay na sagot ng magkakapatid na kuneho at ng kanilang Tatay.

"But we'll eat them in the kitchen, not in this clean room," said Jimmy very seriously. "Right, Mom?"
"Pero kakainin natin sila sa kusina at hindi rito sa malinis na kuwarto," seryosong wika ni Jimmy. "Tama ako, hindi ba, Nanay?"

The whole family started laughing loudly and went to the kitchen to eat cookies.

Humalakhak nang malakas ang buong pamilya. Pumunta sila sa kusina para kainin ang mga cookies.

Since that day, the brothers loved to keep their room clean and organized. They played with all their toys but when they finished, they put everything back in its place.

Simula noong araw na iyon, nais ng magkakapatid na panatilihing malinis at maayos ang kanilang mga kuwarto. Naglalaro pa rin sila subalit binabalik nila pagkatapos ang lahat ng mga laruan sa pinagkuhanan.

It never took them long to clean up their room again.

Hindi na sila nahirapang linisin muli ang kanilang kuwarto.

www.ingramcontent.com/pod-product-compliance
Lightning Source LLC
Chambersburg PA
CBHW061135070526
44584CB00033B/4336